Ce carnet appartient à:

Date:

Date: _______________________

Date: _______________________

Date: ______________________

Date: ___________________

Date: _______________________

Date:

Date: _______________________

Date:

Date:

Date: ________________

Date: _______________________

Date: ___________________

Date: _______________________

Date: _______________________

Date: ___________________

Date: ___________________

Date: _______________________

Date: _______________

Date: ___________________

Date: _______________________

Date: _______________

Date: ______________________

Date:

Date: _______________

Date: _______________________

Date: ___________________

Date:

Date:

Date: _______________

Date:

Date: ______________________

Date:

Date:

Date: ______________________________

Date:

Date:

Date:

Date: ________________________

Date:

Date:

Date: ______________

Date: ________________________

Date: ___________________

Date:

Date: _______________________

Date: _______________

Date: _______________________

Date:

Date: _______________________

Date:

Date:

Date: ___________________

Date: _______________________

Date: ______________________

Date:

Date: ____________________

Date: _______________________

Date: ___________________

www.ingramcontent.com/pod-product-compliance
Lightning Source LLC
Chambersburg PA
CBHW051430150726
48000CB00005B/2041